காதல் துளிகள்

(கவிதை தொகுப்பு)

காயத்ரி நாகரத்தினம்

என் எல்லா கஷ்டத்திலும் எனக்கு துணை நின்ற என் அம்மா, என் நட்புகளுக்கு சமர்ப்பணம்

பொருளடக்கம்

பொருளடக்கம்

முன்னுரை

நான் காயத்ரி நாகரத்தினம். மதுரையில் சொந்தமாக தொழில் செய்து வருகிறேன். எழுத்து எனக்கு மிகவும் பிடித்த ஒன்று. ஒரு சில காரணங்களால் எழுதாமல் இருந்-தேன். 15 ஆண்டுகளுக்கு பிறகு எழுத ஆரம்பித்த பொழுது நண்பர்கள் நீ ஏன் புத்தகமாக வெளியிட கூடாது என கேட்-டனர். அதன் தொடர்ச்சியே இந்த முயற்சி..

எப்பொழுதும் எழுத்தில் ஆர்வம் உண்டெனக்கு. சிறு வயது முதல் எழுதி வந்த நான் கடந்த சில மாதமாக எழு-திய சிலவற்றை தொகுத்து புத்தகமாக வெளியிட்டுருக்கி-றேன்.

நன்றி

சிறி வயது முதல் கவிதை எழுதுவதில் நாட்டம் உண்டு. சில சொந்த காரணங்களால் 15 வருடமாக பதுக்கி வைத்திருந்த ஆர்வத்தை இப்பொழுது வெளிக்கொணர்கிறேன். இதற்கு நீங்கள் அளிக்கும் ஊக்கமே என்னை மேலும் எழுத தூண்-டும். என்னை எழுத ஊக்கப்படுத்திய நட்புகளுக்கு நன்றி

அத்தியாயம் 1

உன் தவறான
உச்சரிப்பில்
முழுமை அடைந்தது
என் பெயர்...

ஆயிரம் மைலுக்கு
அப்பால் இருந்தாலும்
உன் வாசனையை
உணரும் என் மனம்

அத்தியாயம் 2

நடுநிசி இரவில்
நீண்ட தொலைபேசி
உரையாடலில்
கேசம் கோதி
நீ பாடும் பாடல்
இதயத்தை மயிலிறகாய்
வருடி செல்லும்

தூங்காத
உன் கண்ணின்
கனவாக நான்
தூரத்தில் இருந்தாலும்
பிரியாத நீ

அத்தியாயம்3

யாருடைய வாழ்வில்
யார் என்பதை
யாரும் இங்கே
தீர்மானிக்க முடியாது...
வாழ்தலை தவிர ...
நம் அனைவரிடமும்
நிராகரிக்கபட்ட
ஓர் அன்பு
இருக்கதான் செய்கிறது...
இப்போதும்...

எனது காதல் தான்
உனக்கு காயம்
ஏற்படுத்துகிறது
என்றால்
உன்னிடம் இருந்து
சற்று விலகியே
இருக்கின்றேன்...!!

அத்தியாயம் 4

ஒரு கரம்
பற்றுதலுக்காக...
ஒரு தோள்
சாய்தலுக்காக...
ஒரு முத்த
பரிமாறலுக்காக...
ஒரு நாளின்
சில மணித்துளிகளில்
உன்னுடன் இருப்பதற்காக...
எத்தனை யுகங்களை
நான் கடக்க
வேண்டி இருக்கிறது

என் உறக்கத்தை
திருடி சென்று
உன் கண்ணுக்குள்
சிறை வைக்கிறாய்

அத்தியாயம் 5

எப்பொழுதும்
எனதன்பை
நிரூபித்துக்கொண்டே
இருப்பதை விட.........
நீயே புரிந்துகொள்
என்ற
என் இன்மையை
பரிசளிக்கிறேன்!

உன் பேச்சில்
வலிமை அதிகம்
என்று நினைத்திருந்தேன்!
உன் மௌனத்தின்
வலிமை அறியும் வரை!

அத்தியாயம் 6

என்னை

தொட்டுத் தழுவி...

முத்தமிட்டு

திமிரும் போது...

இடை பிடித்து

இழுத்து அணைத்து

பிணைத்து கொஞ்சிட

நீ வேண்டுமடா எனக்கு

இறுக்கி அணைத்து

கண்ணோடு கண் நோக்கி

உன் எச்சில் பருகி

உன்னுள் தொலைந்து போக

ஓர் இரவு போதுமா

வா வாழ்நாள்

முழுவதும் வாழ்ந்து

களிப்போம்

அத்தியாயம்7

நாலாய்
உடைந்து கிடந்த
என்னை
காதல் ஊற்றி...
ஒன்றாய் இணைத்து
நூறாய் உடைத்து
சென்றான்...

என் மூச்சு
போதவில்லை
எனக்கு
உன் மூச்சை
வாய் வழி
பிச்சையாய் இடு..
பிழைத்துக்
கொள்கிறேன்

அத்தியாயம்8

பகலில் நான்
உண்டதை கொடுத்தால்
எச்சில் என்கிறாய்
இரவானால் எச்சில்
பருகி அமிர்தம்
என்கிறாய்

என் பசிக்கு
உன் இதழ் மட்டும்
போதுமா
உள் இருக்கும் அரக்கி
உன் முழுமையையும்
புசித்து உன்னுள்
புதைய காத்திருக்கிறாள்
வா என் அரக்கியின்
ஆசை தீர்த்து
உன் அரக்கனின்
பசியாற்றி செல்...

அத்தியாயம்9

நெற்றி முத்தம்
காமத்தில்
சேர்ந்ததில்லை தான்
கூடலின் இறுதியில்
இடும் நெற்றி முத்தம்
காமத்தின்
முற்றுப்புள்ளி

நீ அருகில்
இருக்கும் போது
உன் விரல் தீண்டாமல்
உன் விழியால்
என் பெண்மையை
தீண்டும் வித்தையை
எங்கே கற்றாய்

அத்தியாயம்10

காமம் கடந்த

காதல் வேண்டும்

என்றேன்

காமம் கலந்தது

தான் காதல்

வா காமக்கடலில்

மூழ்கி காலம் கடந்த

காதல் வரம்

பெறலாம் என்கிறாய்

கழுத்தில்

இதழ் பதித்து

என் காம தீயை

எரிய செய்த நீயே

என் இதழில்

உன் எச்சில்

ஊற்றி அதை

அணைக்க வா

அத்தியாயம்11

உன்னிடமிருந்து
ஒரு முத்தமாவது
கிடைக்காதா
என ஏங்கிய எனக்கு
உன் மொத்தத்தையும்
பரிசளித்து போனாய்

உன் கன்னம் கடித்து
நீ வலியில் துடிக்க
உதட்டினால் ஒத்தடம்
குடுத்தால்
ஒரு கன்னத்தில்
கடித்தால் மறுகன்னம்
காட்ட வேண்டுமாம்..
இந்த கன்னத்தையும்
கடித்து விட்டுப்போ
என்கிறாயே என் கள்வா

அத்தியாயம் 12

இக்கணம் என் கண்ணில்
உன் மீதான
காதலையும் காமத்தையும்
ஒரு சேர காணலாம்
உனக்கான புத்தகம் நான்
தினம் ஒரு பக்கம் என
வாழ்நாள் முழுதும்
என்னை புரட்ட வா..
உன் பல் தடம் வேண்டும்
என் இதழில்
நீ அருகில் இல்லாத போதும்
உன் வாசம் உணர வேண்டும்..
புண்பட்ட எனக்குள்
உன்னை முழுதாய் ஊற்று...
வெட்கம் மறந்து பின்னி கிடப்போம்
என் ஒவ்வொரு செல்லும்
உன் பெயர் சொல்லும் அளவு
உன்னுள் புதைய வேண்டும்..

அத்தியாயம்13

நீ பேசாத பொழுதுகளில்
என் கைப்பேசி
நன்றி சொல்லும் உனக்கு
இவள் சிறிது நேரம் எனக்கு
ஓய்வு கொடுப்பாள் என

உன் கை அணைப்பில்
மயங்கி
நெற்றி முத்தம்
பெற்று ஒவ்வொரு
நொடிப்பொழுதும்
உனக்குள் உருகிட
ஏங்கும் உன்னவள்...

அத்தியாயம்14

என்ன திடீர்
கவிதாயினி
ஆகிவிட்டாய்
என்கிறார்கள்
எப்படி சொல்வேன்
அவர்களிடம்
என்னுள் மரித்த
கவிதையை
உன்னை ஊற்றி
மீட்டெடுத்தவன்
நீ என்று...
பல ஆண்டுகளாய்
மரித்துப்போய்
இருந்த அவள்
உன் காதல்
கண்டு மயங்கி
இனி ஒரு நொடியும்
தாங்காது என
அரக்கியாய் அவதாரம்
எடுத்து நிற்கிறாள்...

அத்தியாயம் 15

உன் நெஞ்சில்
என் பாதம்
பதிய வைத்து
நீ கொஞ்சிடும் பொழுதினில்
இவன் முழுதும்
எனக்கானவன்
என்ற கர்வம் எனக்குள்

முதல்முறை நீ என்
கைக்கோர்த்து
கையில் உன் இதழ் பதித்து
காதல் சொன்ன பொழுது
ஏதோ பல ஜென்ம காத்திருப்பு
தீர்ந்ததை போல் உணர்ந்தேன்

அத்தியாயம் 16

விளையாட்டாய் வாழ்வில் வந்தவன்

இன்று சகலமும் ஆகிப்போனான்

இவன் நண்பனா இல்லையா என

யோசிக்கும் போதே காதலனாய்

பக்கம் நின்றான்

என் நிறை குறையோடு

என்னை ஏற்று

சிரிக்க வைத்தான்

மனதில் அவன்

நிதம் நிதம் நெருங்கி வர

நான் என் சுயம் இழந்து

மயங்கி நின்றேன் அவன் காதலில்

அத்தியாயம்17

நம் முதல் சந்திப்பின்
ஒவ்வொரு நொடியும்
சாகும் வரை நினைவிருக்கும்...
இது எத்தனை ஜென்மங்களாய்
தொடர்ந்த பந்தமோ தெரியவில்லை..
உன் ஸ்பரிசம் பட்டு
சிலிர்த்துப் போனேன்...
நீ அருகிருக்கும் போது
என் திமிர் உடைய கண்டேன்..
என் கழுத்தோரத்தில் உன் மூச்சு பட்டு
என்னுள் இருக்கும்
தேவதை விழித்துக் கொண்டாள்...
யுகம் யுகமாய்
உனக்காய் காத்திருக்கிறாள்..
உன் காதல் ஊற்றி
அடைபட்டு கிடக்கும் அவளை
வெளிக்கொணர்

அத்தியாயம்18

என் வாழ்வில்
நான் இழந்த
நொடிகளனைத்தையும்
உன்னுடன் வாழ ஆசை..
நீ நிஜம் ஆவாயா இல்லை
நினைவுகளாய் மிஞ்சி நிற்பாயோ
அதை அறியேன்..
உடைந்து கிடந்த என்னை
ஒன்று சேர்த்தாய்..
உயிர் குடுப்பாயா இல்லை
மீண்டும் உடைப்பாயோ
எனக்கு தெரியாது...
உன் கை பொம்மை நான்..
என்ன செய்வது என்று
நீயே முடிவு செய்..

அத்தியாயம்19

ஒரு முழு ஜென்மத்திற்குமான
காதலை ஓர் இரவில்
கொட்டி தீர்த்து
விடத்தான் ஆசை..
ஆனால் இந்த காதல்
அள்ள அள்ள குறையாமல்
அடுத்த ஜென்மத்திற்கும் வருவேன்
என்று அடம் பிடிக்கிறது

இரவின் தனிமையில்
குறுஞ்செய்தி வடிவில்
அவன் என்னுடனே

அத்தியாயம் 20

எத்தனை வருடம்
ஆனாலும்...
உன் முதல்
முத்தத்தின் ஈரம்
இன்னும் என்
இழரோத்தில்...
உன் முதல்
ஸ்பரிஸத்தின்
கூச்சம்
என் இடையில்...
உன் மூச்சுக்காற்றின்
வெப்பம்
என் காதோரத்தில்...

அத்தியாயம் 21

கண்ணோடு கண்

இணைத்து...

நான்கிதழ்

சண்டையிட்டு...

நாவோடு நா

பிணைந்து...

என் உயிர் உறியும்

உன் முத்தம் தரும்

போதையை விடவா

பெரிய போதை

இருந்து விடப்போகிறது

இவ்வுலகில்

காலைநேர

உடற்பயிற்சி

மிகவும் நல்லதாம்...

உடலுடன் சேர்த்து

நம் காதலுக்கும்

பயிற்சி செய்யலாம் வா...

அத்தியாயம்22

தாடிக்குள்
ஒளிந்திருக்கும்
அந்த கன்னக்குழியை...
முத்தத்தால் நிரப்ப
கொஞ்சம் அனுமதி
தாயேன்...

ஒரு மழை நேர
காலையில்...
ஜன்னலரோத்தில்
குளிருக்கு இதமாய்
உன் மேலாடையாய் நான்...
என் கையில் கோப்பை
தேநீராக நீ...

அத்தியாயம்23

நம் காதல் போல்
அனாதையாய்
இரவு நேர சாலை...

நீயும் நானும்
நடந்து வந்த
பாதையை
திரும்பி
பார்க்கிறேன்...
உன்மீதான
என் காதல் மட்டும்
திருவிழாவில்
தொலைந்த
குழந்தையாய்
அழுகிறது...

அத்தியாயம்24

தூரத்தில் நிலவாய்
இருக்கும் நீ...
ஏன் அருகில் வந்ததும்
சூரியனாய் சுட்டெரிக்கிறாய்
உன் வார்த்தைகளில்???

எத்தனை முறை
உரைப்பேன் உனக்கு???
நான் ஒரு கண்ணாடி
எப்பொழுதும் உன் பிம்பமாய்...
நீ கொடுப்பதையே
திரும்ப பெறுவாயென...

அத்தியாயம்25

விதியின் மேல்
நம்பிக்கையற்று
இருந்தேன்...
நீ என் வாழ்வில்
திரும்பி வந்து
மருமடியும் என்னை
காயப்படுத்தும் வரை...
விதி தான் எத்தனை
வலியது...

நான் பேசிய
ஒரு ஒரு வார்த்தையும்
நினைவிருக்கும்
உனக்கு...
என் காதல்
மட்டும் எப்படி
மறந்து போனது???

அத்தியாயம் 26

உன் சுண்டுவிரல்
பிடித்து...
உலகெல்லாம்
சுற்ற ஆசைப்பட்டேன்...
ஆனால் நீயோ
என் காதலுடன்
என் விரலையும்
வெட்டி சென்றாய்...

எனக்காய்
யாருமில்லையென
ஏங்கி தவிக்கும்
நாட்களில்....
நீ என்றோ
அனுப்பிய
குறுஞ்செய்திகள்
உற்ற துணையாய்...

அத்தியாயம் 27

முத்தமிடுகையில்
துடிப்பதை விட...
முத்தமிட நீ
நெருங்கையில்
வேகமாய் துடிக்கிறது
என் இதயம்...

உன் கோபத்தில்
சித்தம் கலங்கி
நிற்கிறேன்...
இறுக்கி அணைத்து
முத்தமிட்டு செல்லேன்
கொஞ்சம் தெளிந்து
கொள்(ல்)கிறேன்...

அத்தியாயம்28

உன்னுடனான அத்தனை
தொடர்புகளும்
அற்றுப்போன பின்பும்...
விடாமல் தொடர்கின்றன
பாழாய்ப்போன
உன் நினைவுகள்...

எத்தனை
முறை தான்
கேட்பது
நீ அனுப்பிய
உன் குரல்வழி
செய்தியை???
ஒரே ஒருமுறை
அழைத்துவிடேன்...
என் அலைபேசியாவது
நிம்மதியுறும்...

அத்தியாயம்29

என் செல்ல
நாய்குட்டியும்
உன்மேல் காதல்
கொண்டதோ???
நீ என் வீட்டை
கடக்கையில்
செல்லமாய்
அழைக்கிறது...

கை கோர்த்து
உன் மார்பில்
தலைசாய்த்து
உன் அணைப்பில்
உறங்குவதை
விடவா...
பெரிய இன்பம்
இருந்துவிடப்
போகிறது
கலவியில்....

அத்தியாயம்30

இல்லாத
உதட்டைத் தேடி...
நீ உறிஞ்சும்
கள்ளில்
போதையாகிறேன்
நான்....

கழுத்து இதழ் பதித்து
என் உறக்கம் கலைக்கும்
நுணுக்கம் அறிந்து...
உன் உறக்கம்
கலையும் போதெல்லாம்
என் உறக்கம்
கலைக்கிறாய்...

அத்தியாயம்31

இரண்டடி
திருக்குறளாம்
உன் இதழில்...
இருக்கும் வரிகள்
அனைத்தும்
அதிகாரமோ??

என் சுயத்தை
இழக்காவண்ணம்...
இயல்பாய் என்னை
நீயாய் மாற்றும்
வித்தையை
எங்கே கற்றாய்???

அத்தியாயம்32

உன்மீதான

எனது காதலை..

உன் உதாசீனத்தினால்

வந்த வலியை...

என் தலையணை

நன்கறியும்...

எத்தனை முறை

துவைத்தாலும்

கண்ணீரின் கறையும்

வாடையும்

போக மறுக்கிறது...

தனிமையில்

இருக்கையில்...

வரமும் சாபமுமாய்

உந்தன் நினைவுகள்...

அத்தியாயம்33

எட்டி நின்று
ரசித்த நீ
அங்கேயே
இருந்திருக்கலாம்...
அருகே வந்து
மெல்மூச்சு
வாங்க வைக்கிறாய்..

நீயாய்
நான் இருந்த
காலமெல்லாம்
புறந்தள்ளிய நீ...
நானாய் மாறிப்போன
பின் காதல் யாசகம்
கேட்பதில் என்ன
நியாயம் உள்ளது???

www.ingramcontent.com/pod-product-compliance
Lightning Source LLC
Chambersburg PA
CBHW021812150726
47989CB00004B/1900